English - Vietnamese

Vocabulary building is crucial for children as it improves communication skills, comprehension and academic success. This is a gradual process and using this book can be a great starting point for your children.

To build vocabulary, read together, play word games, practice with flashcards, encourage writing, use words in daily life, review regularly. It is essential to be patient and persistent with your child as he learns new words.

To watch the video alongside this book, simply go to the website provided on the last page. You can freely access it as per your convenience. Let's start!

whale

cá voi

SUBSCRIBE

Lifetime Access !!!

crab
#1

cua

beetle
#2

bọ cánh cứng

spider

nhện

vulture
#4

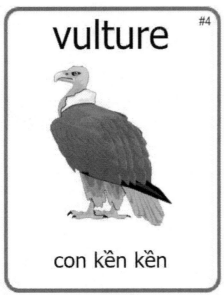

con kền kền

unicorn
#5

con kỳ lân

snail

ốc sên

kitten
#7

mèo con

moth
#8

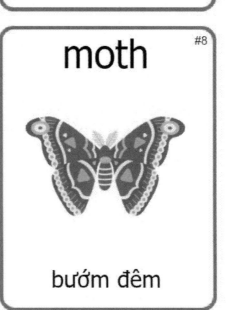

bướm đêm

starfish

sao biển

dragonfly #10

con chuồn chuồn

grasshopper #11

con châu chấu

owl #12

con cú

dinosaur #13

khủng long

seagull #14

hải âu

lion #15

con sư tử

cheetah #16

con báo

insect #17

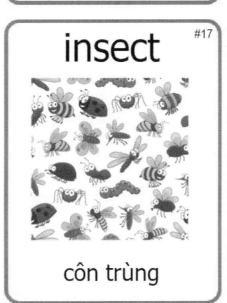

côn trùng

sheep #18

con cừu

squirrel #19

con sóc

bee #20

con ong

pig #2

con lợn

fish #22

cá

porcupine #23

nhím

alligator #2

cá sấu

hen #25

hen

fox #26

cáo

peacock #2

con công

hippopotamus #28

hà mã

centipede #29

con rết

sparrow #30

chim sẻ

crow #31

con quạ

snake #32

rắn

parrot #33

con vẹt

pelican #34

bồ nông

clam #35

yên tĩnh

chicken #36

thịt gà

animal
#37

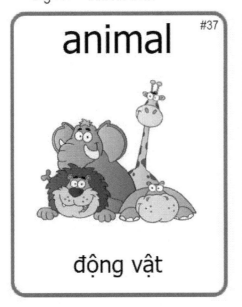

động vật

monkey
#38

con khỉ

lobster
#3

tôm

mice
#40

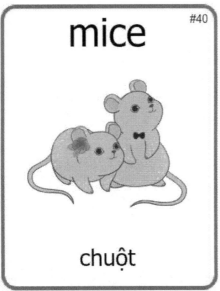

chuột

eagle
#41

chim ưng

jellyfish
#4

con sứa

elephant
#43

con voi

mare
#44

mare

cat
#4

con mèo

mouse #46

chuột

pigeon #47

cao bồ câu

boar #48

heo rừng

rat #49

con chuột

goat #50

con dê

toad #51

con cóc

goose #52

ngỗng

dove #53

chim bồ câu

worm #54

sâu

reindeer #55

tuần lộc

shark #56

cá mập

ant #5

con kiến

monster #58

quái vật

mermaid #59

mỹ nhân ngư

cockroach #6

gián

walrus #61

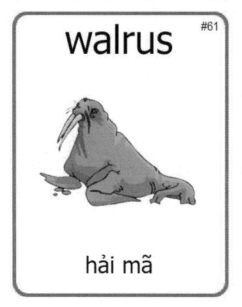

hải mã

bird #62

chim

puppy #6

cún yêu

mole #64

nốt ruồi

dog #65

chó

tiger #66

con hổ

butterfly #67

bươm bướm

swan #68

thiên nga

whale #69

cá voi

rooster #70

gà trống

horse #71

ngựa

hedgehog #72

nhím

dolphin #73

cá heo

octopus #74

bạch tuộc

rabbit #7

con thỏ

cow #76

bò

turkey #77

gà tây

frog #7

con ếch

duck #79

con vịt

oyster #80

con hàu

wasp #8

ong vò vẽ

ostrich #82

đà điểu

mosquito #83

muỗi

caterpillar #84

sâu bướm

kangaroo #85

con chuột túi

hawk #86

chim ưng

camel #87

con lạc đà

lizard #88

con thằn lằn

turtle #89

con rùa

quail #90

chim cun cút

squid
#91

mực ống

deer
#92

con nai

ladybug
#9

bọ rùa

stork
#94

con cò

red
#95

màu đỏ

gray
#9

color the word and
the picture in pink

xám

yellow
#97

color the word and
the picture in pink

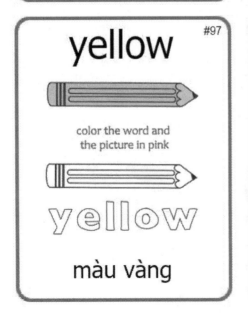

màu vàng

white
#98

color the word and
the picture in pink

trắng

brown
#9

color the word and
the picture in pink

màu nâu

pink
#100

color the word and
the picture in pink

hồng

blue
#101

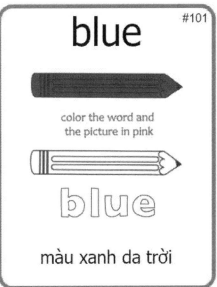

color the word and
the picture in pink

màu xanh da trời

green
#102

color the word and
the picture in pink

màu xanh lá

stepdaughter
#103

con gái riêng

girl
#104

con gái

man
#105

người đàn ông

woman
#106

đàn bà

brother
#107

anh trai

aunt
#108

dì

children #109

những đứa trẻ

nephew #110

cháu trai

child #1

đứa trẻ

girlfriend #112

bạn gái

sister #113

em gái

lady #11

quý bà

niece #115

cháu gái

kid #116

đứa trẻ

toddler #11

trẻ mới biết đi

stepson #118

con trai riêng

son #119

con trai

granddaughter #120

cháu gái

member #121

thành viên

group #122

nhóm

grandmother #123

bà ngoại

people #124

mọi người

mom #125

mẹ

wife #126

vợ

family #127

gia đình

friend #128

bạn

mother #12

mẹ

kids #130

trẻ em

dad #131

bố

cousin #13

anh em họ

stepmother #133

mẹ kế

uncle #134

chú

daughter #13

con gái

father #136

bố

boy #137

con trai

grandson #138

cháu trai

boyfriend #139

bạn trai

toy #140

đồ chơi

picture #141

hình ảnh

mat #142

chiếu

candle #143

nến

boot #144

khởi động

mug
#145

cốc

suitcase
#146

va li

cupboard
#1

cái tủ

soap
#148

xà bông

telescope
#149

kính viễn vọng

paper
#15

giấy

apron
#151

tạp dề

bathtub
#152

bồn tắm

cot
#15

cũi

shorts #154

quần short

broom #155

chổi

chalkboard #156

bảng phấn

glass #157

thủy tinh

eraser #158

cục tẩy

sweater #159

áo len

bin #160

thùng rác

crayon #161

bút sáp màu

plate #162

đĩa

backpack #163

balo

blanket #164

cái chăn

ruler #16

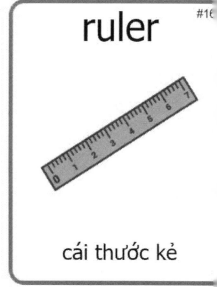

cái thước kẻ

alcohol #166

rượu bia

saucer #167

đĩa lót tách

calculator #16

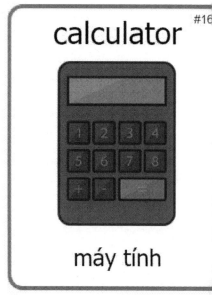

máy tính

shirt #169

áo sơ mi

lightbulb #170

bóng đèn

closet #17

buồng nhỏ

magazine #172

tạp chí

equipment #173

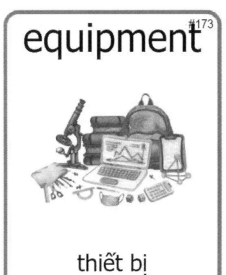

thiết bị

pajamas #174

đồ ngủ

toothbrush #175

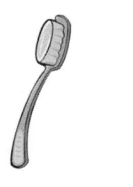

bàn chải đánh răng

letter #176

thư

cactus #177

cây xương rồng

notebook #178

sổ tay

hanger #179

móc áo

knife #180

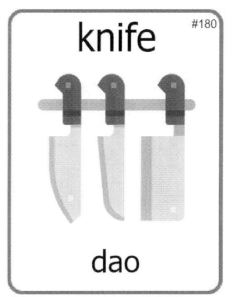

dao

flag #181

lá cờ

map #182
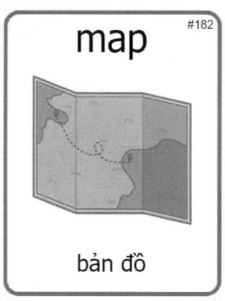
bản đồ

mask #18

mặt nạ

gift #184

quà

toothpaste #185
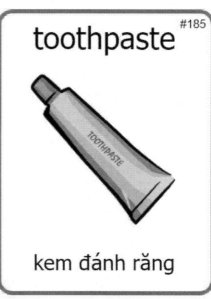
kem đánh răng

bookshelf #18

giá sách

crayons #187

bút chì màu

bag #188

cái túi

calendar #18

lịch

lantern #190

đèn lồng

toilet #191

phòng vệ sinh

dice #192

xúc xắc

stockings #193

vớ

tool #194

dụng cụ

hat #195

mũ

pillow #196

cái gối

rake #197

cào

silk #198

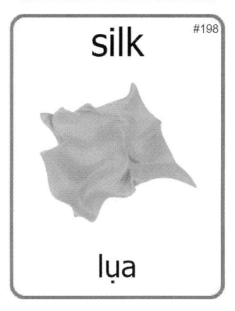

lụa

syringe #199

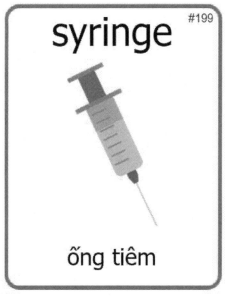

ống tiêm

wrench #200

cờ lê

slippers #20

dép

rope #202

dây thừng

bed #203

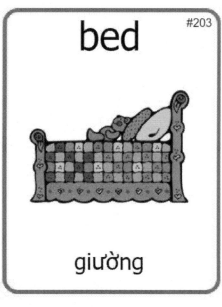

giường

comb #20

cái lược

stapler #205

máy dập ghim

pen #206

cái bút

shoes #20

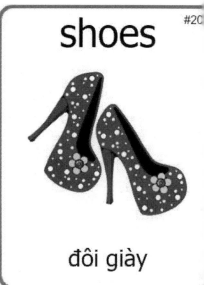

đôi giày

bouquet #208

bó hoa

table #209

bàn

yarn #210

sợi

money #211

tiền bạc

bell #212

chuông

spatula #213

thìa

lamp #214

đèn

fork #215

cái nĩa

dictionary #216

từ điển

paintbrush #217

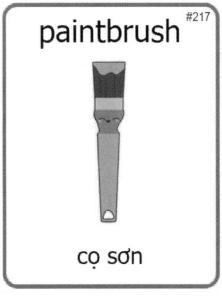

cọ sơn

clothes #218

quần áo

newspaper #21

báo

barrel #220

thùng

pliers #221

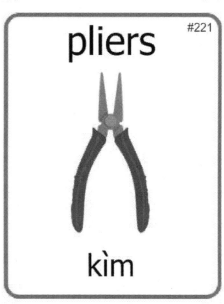

kìm

teacup #22

teacup

diamond #223

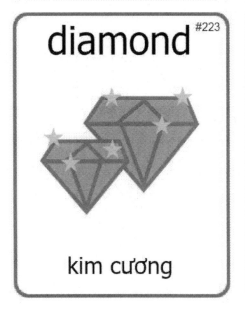

kim cương

lipstick #224

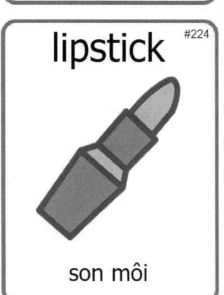

son môi

doll #22

búp bê

pearls #226

ngọc trai

chainsaw #227

máy cưa

oil #228

dầu

bowtie #229

bowtie

jacket #230

áo khoác

belt #231

thắt lưng

tray #232

cái mâm

cushion #233

cái đệm

kettle #234

ấm đun nước

bomb #235

bom

window #236

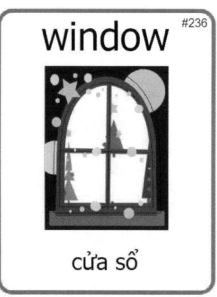

cửa sổ

mirror #23

gương

utensils #238

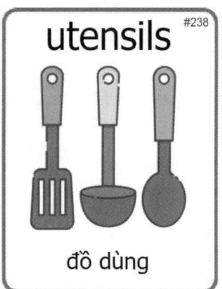

đồ dùng

screwdriver #239

cái vặn vít

vaccine #24

vắc -xin

fireplace #241

lò sưởi

machine #242

máy móc

wallet #24

cái ví

tire #244

lốp xe

telephone #245

điện thoại

book #246

sách

trousers #247

quần dài

brush #248

chải

ladder #249

thang

bucket #250

gầu múc

gasoline #251

xăng

teapot #252

ấm trà

engine #253

động cơ

umbrella #254

chiếc ô

refrigerator #255

tủ lạnh

box #256

hộp

seeds #257

hạt giống

cash #258

tiền mặt

bookcase #259

tủ sách

metal #260

kim loại

razor #261

dao cạo

prize #262

phần thưởng

stove #263

cái lò

device #264

thiết bị

scarf #265

khăn quàng cổ

glove #266

găng tay

typewriter #267

máy đánh chữ

pitcher #268

cái bình

camera #269

máy ảnh

basket #270

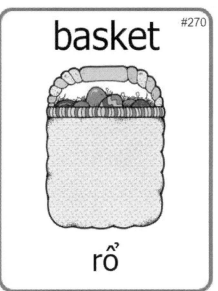

rổ

dish #271

món ăn

kitchen #272

phòng bếp

necklace #2

vòng cổ

pacifier #274

núm vú giả

cabinet #275

tủ

helmet #2

mũ bảo hiểm

chair #277

cái ghế

dress #278

đầm

lid #2

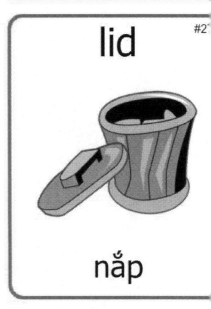

nắp

raincoat #280

áo mưa

earring #281

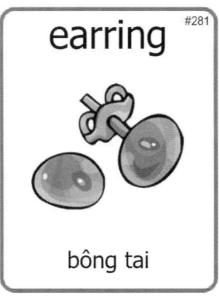

bông tai

undershirt #282

áo lót

ax #283

cây rìu

pencil #284

bút chì

pin #285

ghim

cleanser #286

sữa rửa mặt

strainer #287

người lọc

coat #288

áo choàng

torch #289

ngọn đuốc

napkin #290

khăn ăn

oven #29

lò vi sóng

clock #292

thằn lằn

bracelet #293

vòng đeo tay

bowl #29

cái bát

socks #295

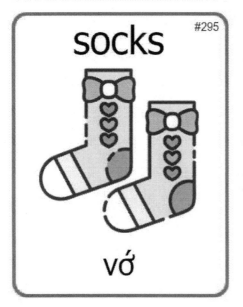

vớ

towel #296

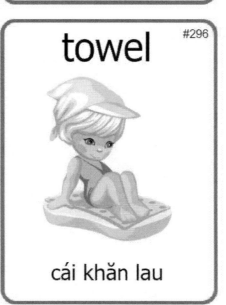

cái khăn lau

phone #29

điện thoại

wood #298

gỗ

ink #299

mực

microphone #300

cái mic cờ rô

shovel #301

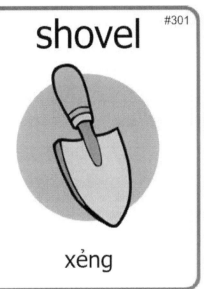

xẻng

briefcase #302

va li công tác

cap #303

mũ lưỡi trai

pants #304

quần dài

handkerchief #305

khăn tay

pan #306

chảo

rug #307

tấm thảm

vest #308

áo vest

underpants #30

quần lót

microscope #310

kính hiển vi

gun #311

súng

cup #31

tách

desk #313

bàn làm việc

compass #314
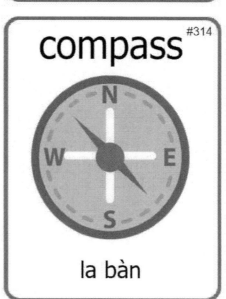
la bàn

bottle #31

cái chai

jug #316

cái bình

collar #317

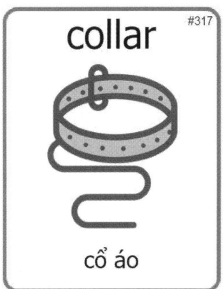

cổ áo

wreath #318

vòng hoa

bedroom #319

phòng ngủ

curtains #320

rèm cửa

bassinet #321

nôi

cage #322

lồng

scissors #323

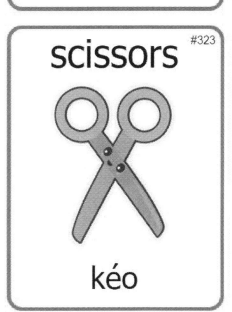

kéo

diaper #324

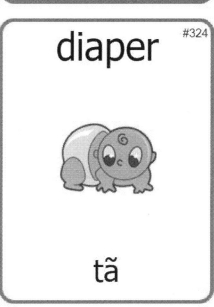

tã

tent #325

lều

carpet #326

thảm

spoon #32

thìa

skirt #328

váy ngắn

fan #329

cái quạt

television #33

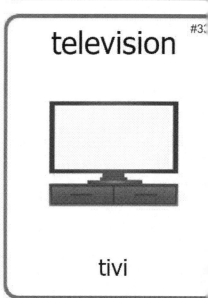

tivi

key #331

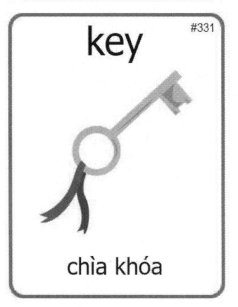

chìa khóa

pot #332

nồi

photo #33

hình chụp

stone #334

cục đá

garbage #335

rác

leaf #336

lá cây

tree #337

cây

tombstone #338

bia mộ

pool #339

hồ bơi

wall #340

tường

door #341

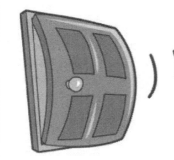

cửa

home #342

trang chủ

area #343

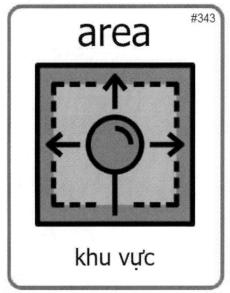

khu vực

dust #344

bụi

puddle #34

vũng nước

street #346

đường phố

sinks #347

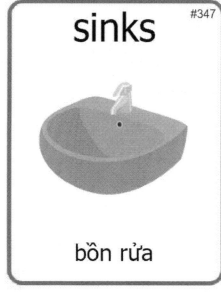

bồn rửa

hut #34

túp lều

building #349

xây dựng

brick #350

gạch

clothesline #35

dây phơi quần áo

rock #352

đá

faucet #353

vòi

curtain #354

tấm màn

mud #355

bùn

road #356

đường

pipe #357

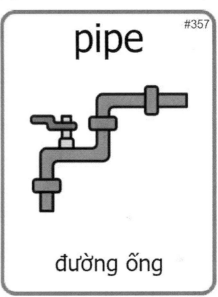

đường ống

grass #358

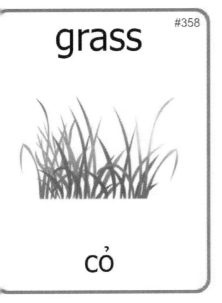

cỏ

roof #359

mái nhà

garden #360

vườn

flower #361

hoa

trash #362

rác

office #36

văn phòng

castle #364

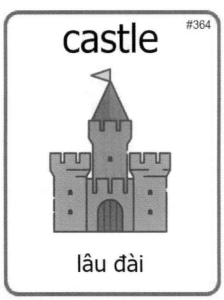

lâu đài

field #365

cánh đồng

shower #36

vòi sen

farm #367

nông trại

room #368

phòng

soil #36

đất

gate #370

cổng

chimney #371

ống khói

bathroom #372

phòng tắm

fence #373

hàng rào

windmill #374

cối xay gió

ground #375

đất

gravel #376

sỏi

bridge #377

cầu

house #378

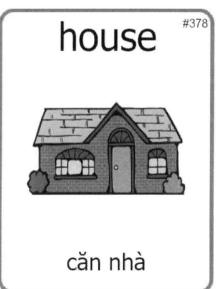

căn nhà

palm
#379

lòng bàn tay

hall
#380

sảnh

shelter
#38

nơi trú ẩn

cry
#382

khóc

smell
#383

mùi

laugh
#38

cười

receive
#385

nhận được

stop
#386

dừng lại

sick
#38

đau ốm

open #388

mở

wag #389

xích đu

celebrate #390

kỉ niệm

grow #391

phát triển

improve #392

cải thiện

come #393

đến

enjoy #394

thưởng thức

wash #395

rửa

protect #396

bảo vệ

love #397

yêu

hug #398

ôm

believe #39

tin tưởng

follow #400

theo

meet #401

gặp

help #40

giúp đỡ

listen #403

nghe

achieve #404

đạt được

dig #40

đào

roast #406

thịt nướng

cook #407

đầu bếp

prevent #408

ngăn chặn

understand #409

hiểu

nibble #410

nibble

bake #411

nướng

close #412

đóng

snore #413

ngáy

sing #414

hát

bite #415

cắn

give #416

đưa cho

think #41

nghĩ

invest #418

đầu tư

bathe #419

tắm

hurt #42

đau

boil #421

đun sôi

knit #422

đan

decrease #42

giảm bớt

discover #424

phát hiện

climb #425

leo

build #426

xây dựng

tame #427

thuần hóa

drink #428

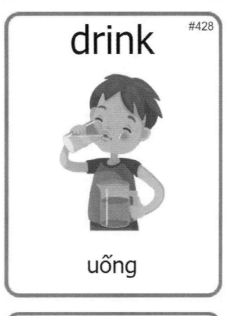

uống

talk #429

nói chuyện

race #430

loài

goodbye #431

tạm biệt

crawl #432

bò

prefer #433

thích hơn

fly #434

bay

rob #43

cướp

create #436

tạo nên

sew #437
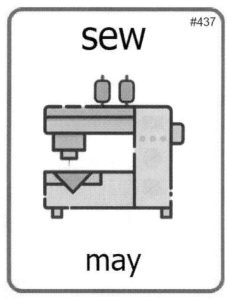
may

win #43

thắng

develop #439

phát triển

walk #440

đi bộ

respect #44

sự tôn trọng

wait #442

chờ đợi

sketch #443

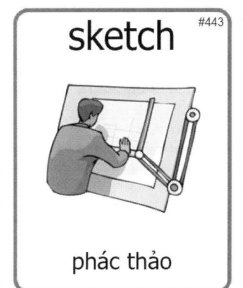

phác thảo

buy #444

mua

write #445

viết

choose #446

chọn

discuss #447

bàn luận

kiss #448

hôn

clap #449

vỗ tay

angry #450

tức giận

cut
#451

cắt

drill
#452

máy khoan

eat
#45

ăn

smile
#454

nụ cười

run
#455

chạy

grill
#45

nướng

beg
#457

ăn xin

teach
#458

dạy bảo

shake
#45

lắc

remember #460

nhớ

clean #461

lau dọn

dream #462

mơ

solve #463

gỡ rối

forbid #464

ngăn cấm

read #465

đọc

prepare #466

chuẩn bị

jump #467

nhảy

speak #468

nói chuyện

sit
#469

ngồi

avoid
#470

tránh xa

nap
#47

ngủ trưa

hide
#472

trốn

hello
#473

HI!

xin chào

fry
#47

chiên rán

thank
#475

cám ơn

play
#476

chơi

sleep
#47

ngủ

violin #478

đàn vi ô lông

piano #479

đàn piano

guitar #480

đàn ghi ta

drum #481

cái trống

music #482

âm nhạc

zero #483

số không

one #484

một

two #485

hai

three #486

ba

#487
four

bốn

#488
five
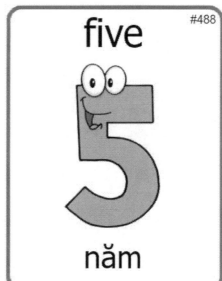
năm

#4
six

sáu

#490
seven

bảy

#491
eight

tám

#4
nine

chín

#493
ten

mười

#494
eleven

mười một

#49
twelve

mười hai

thirteen #496

mười ba

fourteen #497
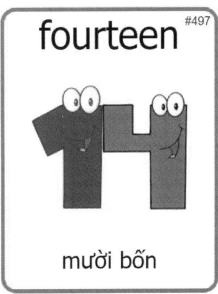
mười bốn

fifteen #498

mười lăm

sixteen #499

mười sáu

seventeen #500

mười bảy

eighteen #501

mười tám

nineteen #502

mười chín

twenty #503
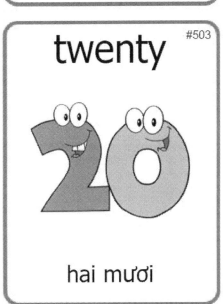
hai mươi

twenty one #504

hai mươi mốt

twenty two #505

22

hai mươi hai

twenty three #506

23

hai mươi ba

twenty four #50

24

hai mươi bốn

twenty five #508

25

hai mươi lăm

twenty six #509

26

hai mươi sáu

twenty seven #51

27

hai mươi bẩy

twenty eight #511

28

hai mươi tám

twenty nine #512

29

hai mươi chín

thirty #51

30

ba mươi

thirty one #514

31

ba mươi mốt

thirty two #515

32

ba mươi hai

thirty three #516

33

ba mươi ba

thirty four #517

34

ba mươi bốn

thirty five #518

35

ba mươi lăm

thirty six #519

36

ba mươi sáu

thirty seven #520

37

ba mươi bảy

thirty eight #521

38

ba mươi tám

thirty nine #522

39

ba mươi chín

forty
#523

40

bốn mươi

forty one
#524

41

bốn mươi mốt

forty two
#525

42

bốn mươi hai

forty three
#526

43

bốn mươi ba

forty four
#527

44

bốn mươi bốn

forty five
#528

45

bốn mươi lăm

forty six
#529

46

bốn mươi sáu

forty seven
#530

47

bốn mươi bảy

forty eight
#531

48

bôn mươi tam

forty nine #532

49

bon muoi chin

fifty #533

50

năm mươi

fifty one #534

51

năm mươi mốt

fifty two #535

52

năm mươi hai

fifty three #536

53

năm mươi ba

fifty four #537

54

năm mươi bốn

fifty five #538

55

năm mươi lăm

fifty six #539

56

năm mươi sáu

fifty seven #540

57

năm mươi bảy

fifty eight #541

58

năm mươi tam

fifty nine #542

59

năm mươi chín

sixty #543

60

sáu mươi

sixty one #544

61

sáu mươi mốt

sixty two #545

62

sáu mươi hai

sixty three #546

63

sáu mươi ba

sixty four #547

64

sáu mươi bốn

sixty five #548

65

sáu mươi lăm

sixty six #549

66

sáu mươi sáu

sixty seven #550

67

sáu mươi bảy

sixty eight #551

68

sáu mươi tám

sixty nine #552

69

sáu mươi chín

seventy #553

70

bảy mươi

seventy one #554

71

bảy mươi mốt

seventy two #555

72

bảy mươi hai

seventy three #556

73

bảy mươi ba

seventy four #557

74

bảy mươi bốn

seventy five #558

75

bảy mươi lăm

seventy six #559

76

bảy mươi sáu

seventy seven #560

77

bảy mươi bảy

seventy eight #561

78

bảy mươi tám

seventy nine #562

79

bảy mươi chín

eighty #563

80

tám mươi

eighty one #564

81

tám mươi mốt

eighty two #565

82

tám mươi hai

eighty three #566

83

tám mươi ba

eighty four #567

84

tám mươi bốn

eighty five #568

85

tám mươi lăm

eighty six #569

86

tám mươi sáu

eighty seven #570

87

tám mươi bảy

eighty eight #571

88

tám mươi tám

eighty nine #572

89

tám mươi chín

ninety #573

90

chín mươi

ninety one #574

91

chín mươi mốt

ninety two #575

92

chín mươi hai

ninety three #576

93

chín mươi ba

ninety four #577

94

chín mươi bốn

ninety five #578

95

chín mươi năm

ninety six #579

96

chín mươi sáu

ninety seven #580

97

chín mươi bảy

ninety eight #581

98

chín mươi tám

ninety nine #582

99

chín mươi chín

hundred #583

100

trăm

thousand #584

1000

ngàn

lemonade #585

nước chanh

tangerine #586

quýt

peanut #587

đậu phụng

banana #588

chuối

lychee #589

vải thiều

coconut #590

dừa

coffee #591

cà phê

cabbage #592

bắp cải

lime #593

chanh xanh

mushroom #594

nấm

watermelon #595

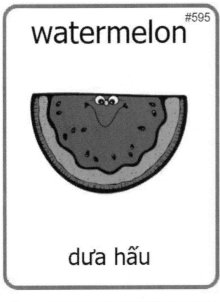

dưa hấu

apple #596

quả táo

beer #597

bia

noodles #598

mì

rice #599

cơm

lettuce #600

rau xà lách

pomegranate #601

trái thạch lựu

tuna #602

cá ngừ

eggplant #603

cà tím

pepper #604

hạt tiêu

cheese #605

phô mai

peas #606

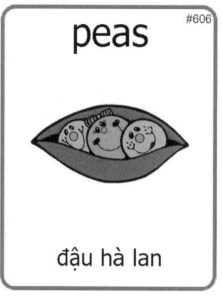

đậu hà lan

asparagus #607

măng tây

bean #608

hạt đậu

sausage #609

lạp xưởng

corn #610

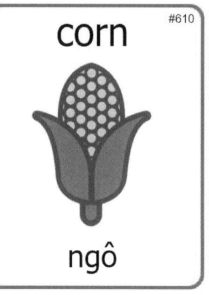

ngô

radish #611

củ cải

cake #612

bánh ngọt

cauliflower #613

súp lơ

cookie #614

bánh quy

breakfast #615

bữa sáng

cucumber #616

quả dưa chuột

grape #617

quả nho

milk #618

sữa

sunflower #619

hướng dương

honey #620

mật ong

pineapple #621

quả dứa

icecream #622

kem

soup #623

canh

jam #624

mứt

vegetable #625

rau quả

wheat #626

lúa mì

shrimp #627

con tôm

celery #628

rau cần tây

egg #629

trứng

apricot #630

quả mơ

yogurt #631

sữa chua

dinner #632

bữa tối

peach #63

quả đào

tomato #634

cà chua

turnip #635

cây củ cải

pumpkin #63

quả bí ngô

bread #637

bánh mỳ

candy #638

kẹo

pie #639

bánh

seafood #640

hải sản

salad #641

xa lát

fruit #642

hoa quả

spinach #643

rau chân vịt

popsicles #644

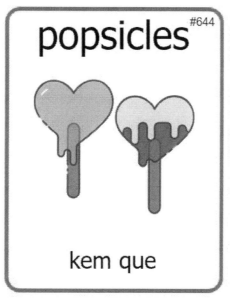

kem que

wine #645

rượu

medicine #646

thuốc

tea #647

trà

meat #648

thịt

strawberry #649

quả dâu

meal #650

bữa ăn

carrot #651

cà rốt

water #652

nước

sugar #653

đường

ham #654

giăm bông

juice #655

nước ép

broccoli #656

bông cải xanh

potato #657

khoai tây

plum #658

mận

food #659

đồ ăn

pear #660

quả lê

onion #661

củ hành

salt #662

muối

raspberry #663

dâu rừng

garlic #664

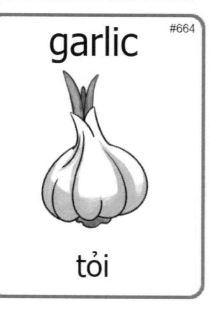

tỏi

lemon #665

chanh vàng

chocolate #666

sô cô la

sailboat #667

thuyền buồm

ship #668

tàu thủy

train #669

xe lửa

helicopter #670

trực thăng

motorcycle #671

xe máy

vehicle #672

xe cộ

parachute #673

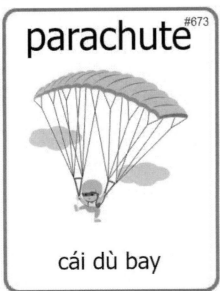

cái dù bay

plane #674

máy bay

subway #675

xe điện ngầm

car
#676

xe hơi

boat
#677

thuyền

bicycle
#678

xe đạp

scooter
#679

xe tay ga

rocket
#680

tên lửa

ferry
#681

chiếc phà

submarine
#682

tàu ngầm

barrow
#683

xe đẩy

airplane
#684

máy bay

truck #685

xe tải

wagon #686

toa xe

teeth #687

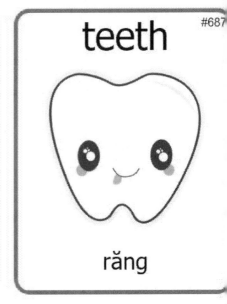

răng

eye #688

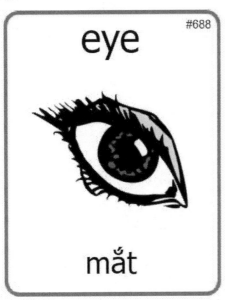

mắt

chest #689

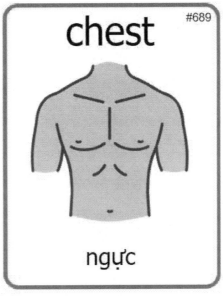

ngực

hair #690

tóc

eyebrows #691

lông mày

tooth #692

răng

shoulder #693

vai

forehead #694

trán

foot #695

chân

thumb #696

ngón tay cái

hands #697

tay

toes #698

ngón chân

fin #699

vây

tail #700

đuôi

stomach #701

cái bụng

shoulders #702

đôi vai

neck #703

cổ

hips #704

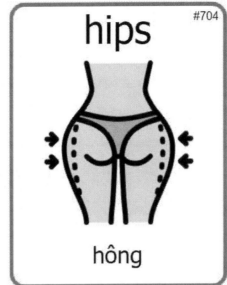

hông

wing #705

cánh

head #706

cái đầu

body #707

thân hình

glue #708

keo dán

cheeks #709

má

elbow #710

khuỷu tay

ear #711

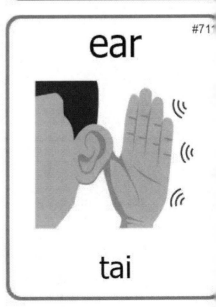

tai

throat #712

họng

feet #713

bàn chân

waist #714

thắt lưng

blood #715

máu

beard #716

râu

heart #717

trái tim

nose #718

mũi

face #719

khuôn mặt

leg #720

chân

chin
#721

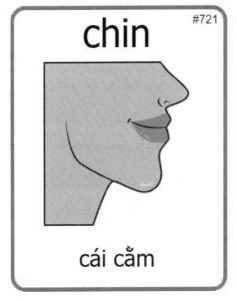

cái cằm

tongue
#722

lưỡi

lips
#723

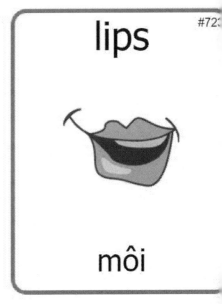

môi

wig
#724

bộ tóc giả

bone
#725

xương

mouth
#726

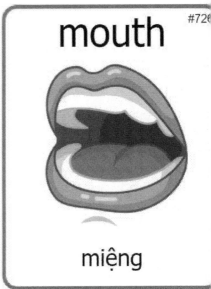

miệng

brain
#727

não

hip
#728

hông

muscle
#729

cơ bắp

knees #730

đầu gối

legs #731

chân

fight #732

trận đánh

climbing #733

leo

timer #734

hẹn giờ

kite #735

diều

dive #736

lặn

wrestling #737

đấu vật

surfing #738

lướt sóng

driving
#739

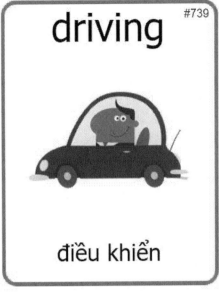

điều khiển

team
#740

đội

fishing
#741

đánh bắt cá

swimming
#742

bơi lội

boxing
#743

quyền anh

dumbbells
#744

quả tạ

ride
#745

lái

dance
#746

nhảy

soccer
#747

bóng đá

cycling #748

đạp xe

archery #749

bắn cung

jogging #750

chạy bộ

hopping #751

nhảy

football #752

bóng đá

racket #753

vợt

gymnastics #754

thể dục

monday #755

thứ hai

friday #756

thứ sáu

wednesday #757

thứ tư

sunday #758

chủ nhật

thursday #759

thứ năm

tuesday #760

thứ ba

saturday #761
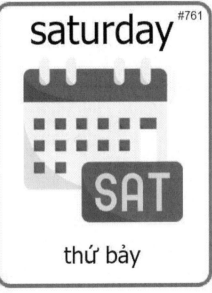
thứ bảy

police #762

cảnh sát

farmer #763

nông dân

chef #764

đầu bếp

writer #765

nhà văn

knight #766

hiệp sỹ

teacher #767

giáo viên

witch #768

phù thủy

florist #769

người bán hoa

queen #770

nữ hoàng

cop #771

cảnh sát

musician #772

nhạc sĩ

nurse #773

y tá

ghost #774

BOO!

bóng ma

king #775

nhà vua

optician #776

bác sĩ nhãn khoa

hairdresser #77

thợ cắt tóc

miner #778

thợ mỏ

waiter #779

phục vụ nam

singer #78

ca sĩ

receptionist #781

nhân viên lễ tân

barber #782

thợ hớt tóc

baker #78

thợ làm bánh

cashier #784

thu ngân

bartender #785

người pha chế

princess #786

công chúa

carpenter #787

thợ mộc

army #788

quân đội

butcher #789

người bán thịt

maid #790

người giúp việc

president #791

chủ tịch

angel #792

thiên thần

veterinarian #793

bác sĩ thú y

actor #794

diễn viên

plumber #795

thợ sửa ống nước

secretary #796

thư ký

policeman #797

cảnh sát

entrepreneur #798

doanh nhân

pirate #799

cướp biển

accountant #800

kế toán viên

doctor #801

bác sĩ

politician #802

chính trị gia

judge #803

phán xét

lawyer #804

luật sư

bishop #805

giám mục

fisherman #806

ngư dân

magician #807

nhà ảo thuật

leader #808

lãnh đạo

artist #809

nghệ sĩ

driver #810

tài xế

boss #811

ông chủ

pharmacist #812

dược sĩ

photographer #813

nhiếp ảnh gia

safety #814

sự an toàn

health #815

sức khỏe

theory #816

lý thuyết

technology #817

công nghệ

energy #818

năng lượng

security #819

bảo vệ

direction #820

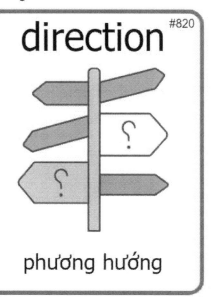

phương hướng

friendship #821

tình bạn

freedom #822

tự do

activity #823

hoạt động

exam #824

bài thi

education #825

giáo dục

data #826

dữ liệu

profit #827

lợi nhuận

idea #828

ý tưởng

revenue #829

doanh thu

society #830
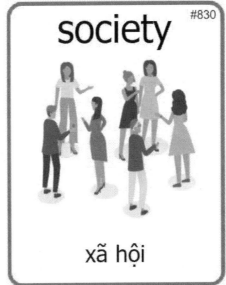
xã hội

investment #831

sự đầu tư

economics #832

kinh tế học

ability #833

khả năng

evil #834

độc ác

goal #835

mục tiêu

history #836

lịch sử

knowledge #837

kiến thức

question #838

câu hỏi

fact #839

sự thật

wealth #840

sự giàu có

anxiety #841

sự lo lắng

entertainment #842

sự giải trí

stormy #843

bão

thunder #844

sấm sét

snowflake #845

bông tuyết

nature #846

thiên nhiên

climate #847

khí hậu

snowy #848

có tuyết rơi

rainy #849

nhiều mưa

volcano #850

núi lửa

earth #851

trái đất

loud #852

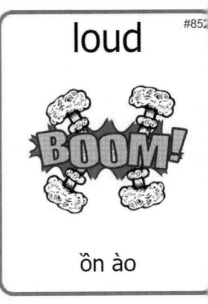

ồn ào

wave #853

sóng

steam #854

hơi nước

mountain #855

núi

river #856

dòng sông

heat #857

nhiệt

atmosphere #858

bầu không khí

windy #859

có gió

rain #860

cơn mưa

sound #861

âm thanh

sea #862

biển

foggy #863

sương mù

moon #864

mặt trăng

disaster #865

thảm họa

wet #866

ướt

dawn #867

bình minh

humid #868

ẩm ướt

snow #869

tuyết

location #870

vị trí

temperature #871

nhiệt độ

cold #872

lạnh lẽo

sunny #873

nhiều nắng

smoke #874

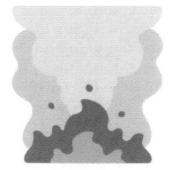

khói

cloudy #875

nhiều mây

summer #876

mùa hè

rainbow #877

cầu vồng

star #878

ngôi sao

quiet #879

im lặng

hot #880

nóng

coast #881

bờ biển

lake #882

hồ

sun
#883

mặt trời

world
#884

thế giới

time
#885

thời gian

day
#886

ngày

autumn
#887

mùa thu

morning
#888

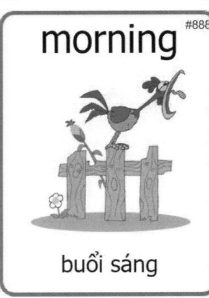

buổi sáng

month
#889

tháng

night
#890

đêm

noon
#891

buổi trưa

date #892

ngày

year #893

năm

week #894

tuần

midnight #895

nửa đêm

art #896

nghệ thuật

government #897

chính phủ

user #898

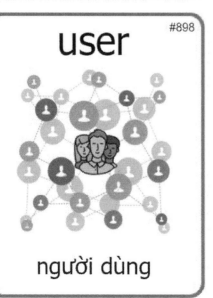

người dùng

circle #899

vòng tròn

income #900

thu nhập

winner #901

người chiến thắng

octagon #902

hình bát giác

pair #903

đôi

customer #904

khách hàng

math #905

toán học

game #906

trò chơi

error #907

lỗi

wheel #908

bánh xe

painting #909

bức vẽ

story #910

câu chuyện

point #911

điểm

debt #912

món nợ

news #913

tin tức

fire #914

ngọn lửa

law #915

pháp luật

sculpture #916

điêu khắc

funeral #917

tang lễ

signature #918

chữ ký

homework #919

bài tập về nhà

christmas #920

giáng sinh

passenger #921

hành khách

disease #922
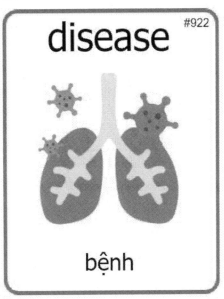
bệnh

paint #923

sơn

song #924

bài hát

movie #925

bộ phim

birthday #926

sinh nhật

number #927

con số

language #928

ngôn ngữ

country #929

quốc gia

square #930

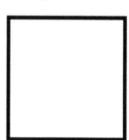

Square

quảng trường

ice #931

đá

bubble #932

bong bóng

product #933

sản phẩm

dirt #934

bụi bẩn

wedding #935

lễ cưới

worker #936

công nhân

chemistry #937

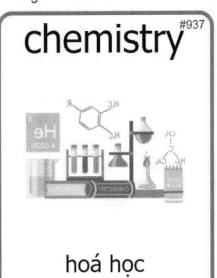

hoá học

message #938

tin nhắn

package #939

bưu kiện

industry #940

ngành công nghiệp

cube #941

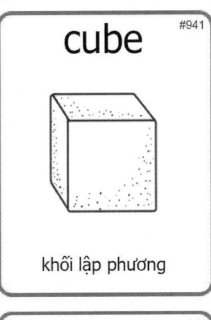

khối lập phương

scale #942

tỉ lệ

triangle #943

tam giác

arrow #944

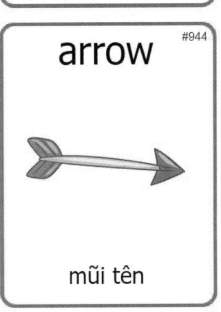

mũi tên

war #945

chiến tranh

company #946

công ty

lighthouse #947

ngọn hải đăng

market #948

chợ

supermarket #949

siêu thị

dam #950

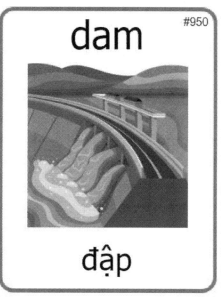

đập

university #951

trường đại học

classroom #952

lớp học

factory #953

nhà máy

village #954

làng bản

library #955

thư viện

island #956

hòn đảo

desert #957

sa mạc

grocery #958

cửa hàng tạp hóa

estate #959

tài sản

airport #960

sân bay

town #961

thị trấn

city #962
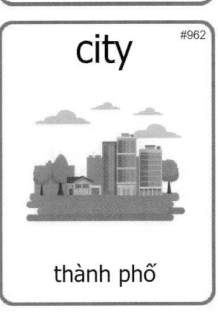
thành phố

beach #963

bãi biển

lab #964

phòng thí nghiệm

hospital #965

bệnh viện

school #966

trường học

jungle #967

rừng

apartment #968

căn hộ

shop #969

cửa hàng

cafe #970

quán cà phê

highway #971

xa lộ

hill #972

đồi

stylish #973

phong cách

stack #974

ngăn xếp

up #975

hướng lên

stinky #976

hôi thối

under #977
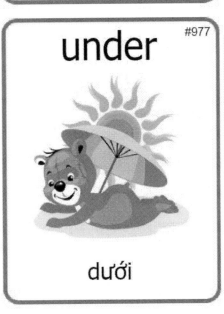
dưới

sad #978

buồn

bad #979

xấu

good #980

tốt

scary #981

đáng sợ

joyful #982

hân hoan

pretty #983

đẹp

delicious #984

thơm ngon

friendly #985

thân thiện

unhappy #986

không vui

smelling #987

ngửi

cute #988

dễ thương

shy #989

xấu hổ

big #990

to lớn

sleepy #991

buồn ngủ

strong #992

mạnh

fat #993

mập

happy #994

vui mừng

aggressive #995

hung dữ

impress #996

gây ấn tượng

bored #997

chán

proud #998

tự hào

fresh #999

tươi

mad

#1000

điên rồ

Made in the USA
Las Vegas, NV
06 December 2023

82251033R00063